मोठ्यांच्या छोट्या गोष्टी

माधव मोर्डेकर

मेहता पब्लिशिंग हाऊस

MOTHYANCHYA CHOTYA GOSHTI by MADHAV MORDEKAR

मोठ्यांच्या छोट्या गोष्टी / कथासंग्रह

© मेहता पब्लिशिंग हाऊस

प्रकाशक : सुनील अनिल मेहता, मेहता पब्लिशिंग हाऊस,
१९४१, सदाशिव पेठ, माडीवाले कॉलनी, पुणे – ४११०३०.

मुखपृष्ठ व
आतील चित्रे : मुकुंद तळवलकर

प्रकाशनकाल : १ जानेवारी, १९९२ / जानेवारी, २००२ / सप्टेंबर, २००४ / डिसेंबर, २००८ / जुलै, २०११ / पुनर्मुद्रण : डिसेंबर, २०१७

P Book ISBN 9788177662108

E Books available on : play.google.com/store/books
m.dailyhunt.in/Ebooks/marathi
www.amazon.in

भगवान बुद्धाला देवाचा अवतार मानणारे लोक असंख्य आहेत. भारताने जगाला दिलेली ती एक अनुपम देणगी आहे. राजपुत्र सिद्धार्थाने माणसाचे दुःख पाहिले आणि त्याने आपले ऐश्वर्य, सत्ता, संसार याचा ताबडतोब त्याग करून लोकांच्या उद्धाराचे काम हाती घेतले. घोर तपश्चर्या केली. त्याला साक्षात्कार झाला. त्याने एक नवा धर्म स्थापन केला. बौद्ध धर्माचा प्रसार आणि विस्तार जगभर झाला. आजही चीन, जपान, ब्रह्मदेश, व्हिएतनाम या राष्ट्रांत त्या धर्माचे पालन करण्यात येते. सत्य आणि अहिंसा या दोन मूलतत्त्वांवर आधारलेल्या गौतम बुद्धाच्या तत्त्वज्ञानाचे महत्त्व फार मोठे आहे.

भगवान बुद्ध

भगवान बुद्धांचा अंतकाळ जवळ येत होता. त्यांचा पट्टशिष्य, आनंद भिक्खू, त्यांच्या सेवेत सतत होता. त्यांचे अनेक शिष्य, अनुयायी आपल्या सद्गुरूच्या दर्शनाला येत होते. त्यामध्ये एक होता भद्रक. भगवान आपल्याला सोडून जाणार या कल्पनेने भद्रक शोक करू लागला. बुद्धांच्या कानावर त्याचा विलाप गेला. त्यांनी जवळ बोलावले. भद्रकाला अधिकच भडभडून आले. 'महाराज, आता आम्ही कोणाला वाट पुसायची?' त्याने रडत रडत प्रश्न केला.

भगवान बुद्धांनी त्याच्या डोक्यावर हात ठेवला आणि म्हटले–

'भद्रका, तू ज्या प्रकाशाचा शोध घेत आहेस तो तुझ्यामध्येच साठला आहे. त्यासाठी दुसरीकडे नाही जायचे. जे अडाणी असतात तेच त्यासाठी देवालये, तीर्थक्षेत्रे, जंगले, गुहा पालथ्या घालतात. उगीचच इकडे तिकडे भटकतात. आपण कोठे जात आहोत हे देखील त्यांना ठाऊक नसते. शेवटी, त्यांच्या पदरी केवळ निराशाच येते. त्याच्याऐवजी, ज्यांच्या अंत:करणातील विचार, ज्यांची वाचा, ज्यांची कृती शुद्ध आणि एकमेकाला पूरक असते त्यांच्या हृदयातील साक्षात्काराची ज्योत आपोआप प्रकाशमान होऊन त्याला मार्ग दाखवते. त्यासाठी तू स्वत:च प्रकाशमान हो!'

भगवान बुद्धाने जगाला दिलेला हा शेवटचा संदेश आहे.

***

महम्मद पैगंबरांनी मुसलमान धर्माची स्थापना केली. जगातील प्रमुख धर्म म्हणून त्याची गणना होते. इतिहासकालात, ख्रिश्चन व मुसलमान यांच्यामध्ये अनेकदा धर्मयुद्धे झाली. आशिया व मध्यपूर्वेकडील अनेक राष्ट्रांत मुसलमान धर्माचे लोक आढळतात. आपल्या भारताची फाळणी याच तत्वावर होऊन आपल्याला स्वातंत्र्य मिळाले. पाकिस्तान निर्माण झाले. आजही भारतात हिंदू- मुसलमान एकत्र सुखाने राहतात याचे इतरांना कौतुक आहे. प्रेषित पैगंबरांनी कुराण या मुसलमानांच्या धर्मग्रंथात घालून दिलेली तत्वे महान व कल्याणकारी आहेत.

महम्मद पैगंबर

महम्मद पैगंबरांचा एक शेजारी खूप खोडसाळ होता. त्याच्या मनात पैगंबराबद्दल विचित्र आकस होता. पैगंबर बाहेर जायला निघाले की तो गृहस्थ छपरावर उभा राहून न चुकता घरातील केरकचऱ्याची टोपली त्यांच्या डोक्यावर उपडी करायचा. पैगंबर त्याच्याकडे सहज पाहून पुढे जायचे. एक शब्दही उलटा न काढता. शेजाऱ्याचा हा उपक्रम चालतच राहिला. पैगंबरांच्या चेहऱ्यावरची स्मितरेषा उमटतच राहिली. एके दिवशी त्यात खंड पडला. पैगंबरांनी वर पाहिले. तो शेजारी जाग्यावर

नव्हता. पैगंबरांनी चौकशी केली. तो गृहस्थ आजारी असल्यामुळे बिछान्यावर पडून होता.

ताबडतोब महम्मदसाहेब वर त्याच्या घरी गेले. त्यांनी त्याच्या प्रकृतीची विचारपूस केली. त्याच्या बिछान्याशी बसून अल्लाची विनवणी करून तो लवकर बरा व्हावा म्हणून प्रार्थना केली. पैगंबरांचा हा मोठेपणा पाहून तो गृहस्थ पार ओशाळला. अंथरूणावरून खाली येऊन त्याने त्यांचे पाय धरले. पैगंबरांनी त्याला मिठी मारली. त्या क्षणापासून त्या शेजाऱ्याचा दुष्टपणा कमी झाला.

जगातील महान धर्मसंस्थापकांच्या अंतःकरणात वसत असणारी ही सहनशीलता, सहिष्णुता त्यांच्या कडव्या अनुयायांनी आचरणात आणली तर सगळीकडे सुख व शांतता नांदेल.

***

१८ फेब्रुवारी १८३६ ला रामकृष्ण परमहंस बंगालमधील एका खेड्यात जन्मास आले. त्या गावाचे नाव होते कुमारपुकूर. आई-वडलांनी त्यांचे नाव गदाधर ठेवले. हा गदाधर पुढे रामकृष्ण परमहंस म्हणून साऱ्या जगात प्रसिद्ध झाला. १५ ऑगस्ट १८८६ मध्ये रामकृष्णांनी आपल्या भक्तांचा व जगाचा निरोप घेतला. आपल्या पन्नास वर्षांच्या आयुष्यात त्यांनी परमेश्वराच्या प्राप्तीसाठी सर्व प्रकारच्या खडतर साधना केल्या. 'ईश्वर एक आहे, सर्व धर्म त्याच्याकडे जाणाऱ्या वाटा आहेत' असा संदेश दिला. 'जीवाची सेवा हीच ईश्वराची सेवा' हा आदेश आपल्या अनुयायांना देऊन त्यांच्याकरवी दीन दुबळ्यांची सेवा करून घेतली. श्री स्वामी विवेकानंदांसारखा एक अलौकिक शिष्य तयार केला. आजही रामकृष्ण मिशन ही सेवाभावी संस्था त्यांनी घालून दिलेल्या भक्तीमार्गाचे निष्ठेने पालन करत आहे.

रामकृष्ण परमहंस

आपल्या साधनाकाळात श्री रामकृष्ण आपल्या मनातून पैशाचा कसलाही मोह व जन्माने मिळणारी उच्च-नीचता काढून टाकण्याचा विशेष प्रयत्न करत. एकदा गंगानदीच्या काठावर बसलेल्या रामकृष्णांच्या एका हातात मूठभर रुपयांची नाणी आणि दुसऱ्यात मूठभर माती होती. बराच वेळ ते इकडची नाणी तिकडे तर तिकडची माती इकडे

खेळवत विचार करू लागले. त्यांच्या मनात विचार येत होता– 'पैसा मला जास्तीत जास्त आराम, चैन देईल त्यामुळे मी काही दानधर्मही करू शकेन. पण तो परमेश्वराचे दर्शन घडवून देऊ शकणार नाही. म्हणजे, या नाण्यांची किंमत या मातीपेक्षा किंचितही जास्त नाही...!' असे म्हणून त्यांनी ती नाणी व माती दोन्ही गंगेच्या पाण्यात सोडून दिली. तेथून पुढे त्यांना पैशाचा स्पर्शही सहन होईना.

एकदा एक श्रीमंत व्यापारी त्यांच्या दर्शनास आला. रामकृष्णांच्या बिछान्यावर घातलेली चादर मळकी, फाटकी दिसली त्याला. ताबडतोब त्याने रामकृष्णांच्या दैनंदिन गरजा भागवण्यासाठी बँकेत दहा हजार रुपये ठेवण्याची तयारी दाखवली. रामकृष्णांनी त्याच्यापुढे हात जोडून तो विषय पुन्हा काढू नये अशी प्रार्थना केली. पण तो व्यापारी आपला आग्रह सोडेचना. रामकृष्णांनी त्याची खूप समजूत घातली. तरीही उपयोग होईना. शेवटी, रामकृष्ण कळवळून ओरडले– 'माते, (कालीमाता) असल्या माणसांना का धाडतेस माझ्याकडे? ते मला तुझ्यापासून दूर नेताहेत ग!' त्यांचा हा आक्रोश पाहिल्यानंतर तो व्यापारी गप्प बसला. या प्रसंगाची आठवण झाली की रामकृष्ण सांगत– 'मधूर बाबू व लक्ष्मी नारायण (त्या व्यापाऱ्याचे नाव) यांचे ते शब्द कानांवर पडल्याबरोबर कोणीतरी माझ्या फासळ्या करवतीने कराकरा कापत आहे असा भास व्हायचा!'

***

भगवान रामकृष्ण परमहंसाच्या पत्नी शारदामणी यांचा जन्म २२ डिसेंबर, १८५३ला झाला. त्यांनी हे जग २१ जुलै १९२०ला सोडले, म्हणजे त्या रामकृष्णांपेक्षा जवळ जवळ सतरा वर्षांनी लहान होत्या. रामकृष्णांच्या महानिर्वाणानंतर चौतीस वर्षे त्यांनी त्या महापुरुषाच्या पवित्र कार्याची ज्योत जागती ठेवली. रामकृष्णांशी त्यांचा विवाह झाल्यानंतर त्यांनी त्यांची केलेली सेवा अलौकिक होती. श्री रामकृष्णांनी त्यांना साक्षात जगन्माता मानून सर्व व्यवहार केले. शारदा माँ नीही पतीने घालून दिलेल्या व्रताचे पूर्ण निष्ठेने पालन केले. त्यांच्या पश्चात रामकृष्णांच्या शिष्यांना मातेची माया दिली. श्री शारदा माँ चा अधिकार खूप मोठा होता!

श्री शारदा माँ
(रामकृष्णांच्या पत्नी)

त्यांचा जन्म एका सनातन ब्राह्मण कुटुंबात झाला होता. त्यांचे शिक्षणही बेताचेच होते. तरीही सिस्टर निवेदितासारख्या युरोपियन स्त्रीला त्यांनी आपल्या जवळ ठेवून घेतले होते. त्यांच्याकडे ते धैर्य, ती

विशालता भरपूर होती. त्या काळच्या सनातनी हिंदूंच्या विरोधाची त्यांनी पर्वा केली नाही. त्यांची बुद्धिमत्ता विलक्षण होती. जगातील घटनांचा अर्थ लावताना त्यांना कसलीच अडचण येत नसे.

पहिल्या महायुद्धाचे दिवस होते. त्यांचा एक शिष्य त्यांना त्याबद्दल माहिती देत होता. श्री शारदा माँ नीट लक्ष देऊन ऐकत होत्या. शिष्य सांगू लागला– 'अमेरिकेचे अध्यक्ष वुड्रो विल्सन जागतिक शांततेची स्थापना करून यापुढे युद्ध होऊ नये याची हमी सर्व राष्ट्रांनी द्यावी असा प्रयत्न करत आहेत!' ते ऐकल्यानंतर माताजी शांतपणे म्हणाल्या– 'अरे, ते सगळे ओठांतून येते, अंत:करणात त्यापेक्षा वेगळेच आहे त्यांच्या!

असेच एकदा आणखी एकजण त्यांना ब्रिटीश राज्यकर्त्यांनी भारतात केलेल्या सुधारणांचे, लोकांना मिळणाऱ्या सोयीसवलतींचे वर्णन करू लागला. माताजीने सगळे ऐकून घेतले आणि उत्तर दिले– 'तू सांगतोस हे सगळे खरे असले तरी या घटकेला आपल्या देशातील दारिद्र्य दिवसेंदिवस वाढतच चालले आहे त्याचे काय?'

***

स्वामी विवेकानंद एक थोर भारतीय युगपुरुष होते. विवेकानंदांचे नाव घेतले की भारताच्या इतिहासातील एक सोनेरी पान उलटल्याची भावना होते. माणसाच्या जीवनात जे जे काही मंगल, उदात्त, पवित्र आणि सुंदर आहे त्या साऱ्यांचा संगम स्वामीजींच्या केवळ ३९ वर्षांच्या आयुष्यात झाला होता. भगवान रामकृष्णांची दीक्षा मोठ्या कौतुकाने मिळवलेल्या या संन्यस्त युवकाने हिमालयापेक्षाही मोठा पराक्रम करून भारताचे नाव साऱ्या जगात गाजवले. १८९३ च्या सर्वधर्म संमेलनात, अमेरिकेतील शिकागो येथे उच्चारलेले त्यांचे शब्द 'माझ्या अमेरिकन बंधुभगिनींनो...!' आजही स्पष्टपणे ऐकू येतात. हिंदू धर्माच्या खऱ्याखुऱ्या तत्वांचा विवेकानंदांनी लावलेला अर्थ आपल्याला आजही नीट कळलेला नाही याचा खेद वाटतो. स्वामी विवेकानंदांची शिकवण माणसाचा संपूर्ण उद्धार करणारी आहे. त्यांचा प्रत्येक शब्द काळजाला भिडू शकतो. त्यात तेज आहे, भाव आहे आणि अर्थ आहे. त्यांनी मांडलेल्या कोणत्याही विषयावरील विचार मूलभूत आणि उत्कर्षाकडे नेणारा आहे. विवेकानंदांचे विस्मरण झाल्यामुळे भारतीय समाज अधोगतीस लागला आहे. त्या महामानवाचे बोट धरून चालण्यात आपले हित आहे यात शंका नाही.

स्वामी विवेकानंद

स्वामी विवेकानंद अमेरिकेच्या दौऱ्यावर गेले असताना हा प्रसंग घडला. त्यांच्या अंगावर त्यांचा नेहमीचा भगवा पोषाख होता. बरोबर कोणी नव्हते. ते एकटेच आरामात फिरत चालले होते. त्यांच्या भाषणांनी लोकांना त्यांची ओळख झालेली होती. कोणीही त्यांच्याशी मोकळेपणाने बोलू शकत होता. अशीच एक अमेरिकन महिला त्यांच्याजवळ येऊन त्यांच्याशी संभाषण करू लागली. बोलता बोलता तिने स्वामीजींना उगीचच खोदून विचारले– 'स्वामीजी, तुमच्या अंगावरचे कपडे भारतीय असूनही तुमच्या पायातील बूट मात्र परदेशी बनावटीचे आहेत. हा फरक कसा काय?'

स्वामींना प्रश्न कळला. त्यांच्या चेहऱ्यावर निरागस हसू उमटले. त्यांनी उत्तर दिले– 'अहो बाई, मी एक संन्यासी. लोकांनी जे प्रेमांनी

दिले ते मी घातले. त्यात माझे-तुझे असा भाव नाही. मी जोपर्यंत या देशात आहे तोपर्यंत मी त्यांचा आदरच करेन. येथून निघून जाताना ते येथेच ठेवेन. आले लक्षात?'

बाई खूपच खजील झाली. एवढ्या मोठ्या माणसाला अशा एका हलक्या मुद्यावर कात्रीत धरण्याचा आपला प्रयत्न मूर्खपणाचा होता याची जाणीव होऊन ती क्षणभर उदास झाली.

***

कोकणात रत्नागिरीजवळच्या पावस या एका छोट्या गावात स्वामी स्वरूपानंदांचा जन्म झाला. त्यांचे मूळ नाव होते रामचंद्र विष्णु गोडबोले. आपल्या विद्यार्थीदशेपासून त्यांना राष्ट्रभक्तीची आस लागलेली होती. त्यामुळे त्यांनी स्वातंत्र्यचळवळीत मनापासून भाग घेतला. लहानपणापासून त्यांना भक्तिमार्गाची आवड निर्माण झाली. त्याचा परिणाम म्हणून त्यांनी दासबोध, ज्ञानेश्वरी, भागवत, संतवाङ्मय आणि उपनिषदे यांचे वाचन व मनन केले. त्याचा उपयोग त्यांना त्यांच्या राजकीय तुरुंगवासात उत्तम झाला. वयाच्या ३१व्या वर्षी झालेल्या एका आजाराच्या निमित्ताने त्यांच्या आयुष्याला एक नवे वळण लागले. त्यांनी आपल्या परमार्थ ज्ञानाच्या बळावर अनेकांना नव्या दिशा दाखवल्या. काही काळातच एक थोर सतपुरुष म्हणून लोकांचे प्रेम व श्रद्धा मिळवली.

स्वामी स्वरूपानंद
(पावस)

एखाद्याला मार्गदर्शन करताना ते त्याला 'तू अमूक कर किंवा करू नको' असे न सांगता म्हणायचे 'मी असे असे करतो...' बस्स!

एवढ्यावरून वाटले तर त्याने ते घ्यावे. त्यांनी कोणावरही आपले मत लादले नाही, कधीही उपदेशकाचा आव आणला नाही.

याच पद्धतीने ते एखाद्याच्या प्रश्नाला उत्तर देत असत. तो प्रश्न जणू काय आपल्यालाच पडला आहे असा थाट आणून म्हणत– 'थांबा हं! अमुक अमुक ग्रंथात याच विषयावर काही लिहले आहे. चला, पाहू या आपण काय ते!' असे म्हणून जवळ ठेवलेल्या छोट्यामोठ्या धार्मिक पुस्तकांतून नेमका असा भाग काढायचे की त्यात विचारणाऱ्याच्या प्रश्नाचे पूर्ण उत्तर मिळून तो खूष व्हायचा.

अशा प्रकारे त्यांनी आपल्या अध्यात्मशक्तीचा अनुभव सर्वांना दिला. सर्वांना सारखी वागणूक दिली आणि सन्मार्ग दाखवला. विशेष म्हणजे हे सर्व कार्य त्यांनी एका लहानशा खोलीत बसून केले. लोकच त्यांच्याकडे ओढले गेले. आपल्याकडे आलेल्या प्रत्येकाला त्यांनी आपलेसे केले. म्हणून आजही त्यांच्या महासमाधीनंतर कित्येक वर्षे अनेकजण त्यांच्या 'दर्शना'साठी पावसची यात्रा नेमाने व मनोभावे करतात.

***

भीमराव रावजी आंबवडेकर (पुढे शाळेच्या सोयीसाठी 'आंबेडकर')! एक जन्मजात शुद्र म्हणून त्यांचे आयुष्य साक्षात अग्निपरीक्षाच ठरले आणि त्या अग्निपरीक्षेतून झळाळून निघालेले बावनकशी सुवर्ण देशविदेशातील मान्यवरांनी, विद्वानांनी व सामान्यांनी मोठ्या कौतुकाने तारणहार म्हणून मिरवले. एक अस्पृश्य म्हणून हाताच्या अंतरावरून त्यांच्या टेबलावर फाईल फेकणारांनी एक महापुरुष मानून त्यांना साष्टांग नमस्कार घातला. डॉ. आंबेडकर हा विसाव्या शतकातील एक चमत्कार आहे. जगातील नामवंत विद्यापीठांची डॉक्टरेट त्यांनी सहज मिळवली. स्वतःच्या दीनदलित उपेक्षित समाजाच्या उद्धारासाठी कणाकणांनी आयुष्य वेचले. प्रचंड ज्ञानोपासना करून उच्चवर्णीयांना त्यांच्या परंपरेतील ऋषीमुनींची आठवण करून दिली. दलितांचे राजकारण करताना, हिंदू धर्माचा अव्हेर करताना, सतत स्वदेशाभिमान जागवला. भारतीय राज्यघटनेचे शिल्पकार म्हणून होणारा त्यांचा गौरव लोटांगण घालत त्यांच्या पायाशी आला. डॉ. आंबेडकरांना सोसावी लागलेली मानखंडना, मिळालेली नीचास्पद वागणूक खरोखरीच अक्षम्य होती. उच्चवर्णीयांनी केलेल्या त्या पापाचे परिमार्जन कधीच होणे शक्य नाही. उदारमनाच्या डॉ. आंबेडकरांनी त्यांचा तो अपराध पोटात घातला असला तरी त्यांची कटुता पूर्णपणे कमी होणे सर्वस्वी अशक्य होते. डॉ. आंबेडकरांच्या हालअपेष्टांच्या गोष्टीपेक्षा त्यांना आपल्या तथाकथित मागासजातीचा किती सार्थ अभिमान होता आणि तो बिनतोड पटवून देण्यासाठी त्यांनी किती सखोल विचार केला होता हे त्यांच्या शब्दांत ऐकताना एकीकडे सनातनी हिंदूविषयी संताप आणि त्याचवेळी बाबासाहेबांबद्दल पूज्यभाव निर्माण होतो.

डॉ. बाबासाहेब आंबेडकर

मित्रांबरोबर गप्पा मारताना बाबासाहेब सांगत– 'अहो, हिंदूंना वेद हवे होते. त्यांनी कोणाला बोलावून घेतले? महर्षी व्यासांना! व्यास उच्चवर्णीय हिंदू नव्हते मुळातच! हिंदूंना महाकाव्य हवे होते. त्यासाठी कोण आले पुढे? महर्षी वाल्मिकी! ते तर साक्षात शुद्रच होते! विसाव्या शतकात हिंदूंना आपल्या देशासाठी राज्यघटना तयार करण्याची इच्छा झाली. कोणाला हाताशी धरले त्यांनी? एका जन्मजात

शुद्राला– डॉ. भीमराव आंबेडकराला!

भारताच्या उत्तरेकडच्या पट्ट्यातील हिंदूंची सर्वात मोठी शोकांतिका ही की त्या प्रदेशातील लोकांनी वाल्मिकीला झिडकारून त्याच्या जागी तुलसीदासाची प्रतिष्ठापना केली. एक गोष्ट लक्षात ठेवा, तुलसीदासाच्या जागी वाल्मिकीची पुनर्स्थापना करणारे या अफाट देशातील लोक आजच्या इतकेच मागासलेले व पुराणमतवादी राहणार!'

बाबासाहेबांसमोर त्यावेळी बसलेल्या मित्रांपैकी एकजण मल्याळी होता. त्याच्याकडे बोट करून डॉ. आंबेडकर म्हणाले– 'तुम्ही मल्याळी लोकांनी या देशाचा मोठा घात केलाय!' बिचारा मित्र साफ ओशाळला. 'म्हणजे काय?' त्याने विचारले. आंबेडकर पुढे सांगू लागले– 'तुम्ही तुमच्या त्या विद्वान शंकराचार्याला पदयात्रेस पाठवलेत उत्तरेकडे. बौद्धधर्माला हाकलण्यासाठी. खरे सांगायचे म्हणजे तुमचा तो महाराज शंकराचार्य एक चोथा झालेला तर्कशास्त्रपारंगत विद्वान! तो काय महात्मा होता?

भारतात सर्वात मोठा महात्मा एकच जन्मला– भगवान गौतम बुद्ध. त्यानंतर अलीकडच्या काळात भारताने जगासाठी निर्माण केलेला महात्मा म्हणून गांधींपेक्षा मी प्रथम उल्लेख करीन स्वामी विवेकानंदांचाच!'

डॉ. बाबासाहेब आंबेडकरांनी धर्मांतर करतांना बौद्ध धर्मच का निवडला हे यावरून लक्षात येईल.

***

समाज व देश यांना पुढे नेण्याचे काम समाजसुधारक करतात. त्यांना अनेक कठीण प्रसंगांना तोंड द्यावे लागते. महात्मा जोतीबा फुले महाराष्ट्राच्या इतिहासातील एक फार मोठे थोर समाजसुधारक होते. समाजातील अगदी खालच्या थरातील लोकांना, शेतकरी–कामकरी, शुद्र–अतिशूद्र, महिला यांना त्यांनी 'माणसात' आणले. आपले सारे आयुष्य त्यांनी या दीन–दुबळ्यांच्या उद्धारासाठी कणकण झिजवले. 'सत्य हेच जीवन...' हा संदेश आचरणात आणून एक नवा सत्यशोधक समाज निर्माण करण्यासाठी कष्ट केले. १८२७ साली पुण्यात जन्मलेले जोतीबा १८९० पर्यंत काम करत राहिले. जोतीबांनी त्या काळातील दुष्ट रुढींविरुद्ध दिलेली झुंज त्यांना अमर करून गेली.

महात्मा जोतीबा फुले

एकदा जोतीबा बाहेरून घरी येत होते. घराच्या दारात त्यांना एक भिकारी दिसला. खूप म्हातारा होता बिचारा. खाली बसून तो आपल्या पुढ्यात पडलेले धान्य गोळा करून घेत होता. जोतीबांनी ते पाहिले. त्यांना त्याची दया आली. एकेक दाणा टिपणाऱ्या त्या म्हाताऱ्याला त्यांनी मायेने प्रश्न केला– 'बाबा, काय करत आहात हे?' म्हातारा

बोलला– 'अहो, या घरातील दयाळू आईने मला भरपूर भीक घातली. पण माझे नशीब फाटके! फडके फाटले आणि सगळे धान्य सांडले खाली. ते गोळा करतोय!' ताबडतोब जोतीबांनी आपल्या खांद्यावरचे उपरणे रस्त्यावर पसरले. त्यात ते धान्य भरले, चांगले बांधले आणि म्हाताऱ्याला दिले. म्हातारा हरकला. त्याला नवी मजबूत झोळी मिळाली. त्याने जोतीबांना आशीर्वाद देऊन म्हटले– 'देव तुझे भले करो. त्या देवतेने धान्य दिले. तू देवासारखा हा कपडा दिलास!' जोतीबा शांतपणे घरात गेले. पत्नीला म्हणाले– 'सावित्री, आज लक्षात आलं. भीक घालताना भिकाऱ्याची झोळीही बघावी. भीक घेणाऱ्याची झोळी जशी मजबूत हवी तसे आपण समाजाला जो नवा विचार सांगत आहोत तो कळून घेणारी मनंही तितकीच पक्की हवीत. त्यासाठी प्रथम आपण त्यांना एकत्र करून विचार करायला शिकवलं पाहिजे. त्यासाठी लोकांना शिक्षण देऊन शहाणे केलं पाहिजे!'

***

गरिबांचा राजा! छत्रपती शिवरायानंतर महाराष्ट्राने असा एकच राजा पाहिला जो केवळ राजा नव्हता, केवळ छत्रपती नव्हता, केवळ समाज सुधारक नव्हता, केवळ लोकनेता नव्हता तर इतिहासाला कलाटणी देणारा, एक नवा इतिहास घडवणारा महान समाजपुरुष होता. गळ्यातील कवड्यांचे भान ठेवून तो जीवन जगला. प्रजेचा सर्व बाजूंनी विकास व्हावा म्हणून तो सतत राबला. त्याने अस्पृश्यांना अक्षरशः पोटाशी धरले. कलावंतांना, लेखकांना, कुस्तीगीरांना उत्तेजन दिले. कामगारांना 'संघटित व्हा' असा उपदेश केला. सर्वांना शिक्षणाची समान संधी मिळावी म्हणून शिक्षणाची सोय केली. सर्व धर्मांची वसतिगृहे तयार केली. आपल्या प्रजेची योग्यता वाढवायची रात्रंदिवस चिंता वाहिली. त्यासाठी त्यांना आयुष्य लाभले फक्त ४८ वर्षांचे. त्यांनी राज्यकारभार केला फक्त २८ वर्षे! पण हा केवळ २८ वर्षांचा काळ त्यांचे पुण्यस्मरण युगानुयुगे करावे असा आदेश पुढच्या पिढ्यांना व राज्यकर्त्यांना देऊन गेला. त्यांचे धीरोदात्त विचार व भविष्याचा नेमका वेध घेण्याची दृष्टी हीच त्यांनी सांगितलेली स्वतःची छोटी गोष्ट!

राजर्षी शाहू छत्रपती

'स्वराज्य आम्हांस पाहिजे आहेच. त्या योगानेच आमच्यात चैतन्य उत्पन्न होईल. जोपर्यंत हिंदुस्थान जातिबंधनाने निगडित राहील तोपर्यंत

स्वराज्य स्थापनेपासून मिळणारे संपूर्ण फायदे त्यास घेताच येणार नाहीत. काही इंग्रज विचारवंतांना असे वाटते की स्वराज्य-प्राप्तीनंतर येथील सत्ता उच्च वर्गाच्या हाती जाईल. पण विचार केल्यानंतर माझे मत झाले आहे की, आमची सध्याची जातिबंधने तोडून टाकण्याचा काळ कधीतरी येईल. आज मूळच्या चार वर्णांच्या आता कमीत कमी चार हजार तरी जाती होऊन समाज विस्कळीत झाला आहे. जोपर्यंत हा भेद असेल तोपर्यंत आम्ही आपापसांत झगडतच राहणार. आपल्या देशातील एकी नाहीशी होऊन शत्रूंना फावणार. त्यासाठी प्रथम ही अनर्थकारक जातिपद्धती झुगारून देणे अत्यंत अवश्य आहे आणि हे ध्येय साध्य करण्यासाठी समाजाला सुशिक्षित करण्याची मोठी गरज आहे. वर्णव्यवस्था गुणकर्मामुळेच स्थापन झाली व ती गुणकर्मावरच अवलंबून पाहिजे. या कामी सुरुवात उच्च म्हणवणाऱ्या जातींकडूनच झाली पाहिजे. प्राचीन कालापासून वंशपरंपरागत उपभोगलेले वर्चस्व सोडून देण्यास तयार होऊन या पवित्र स्वार्थत्यागाचा कित्ता त्यांनीच घातला पाहिजे!'

***

अमेरिकेचे महात्मा गांधी म्हणून ज्यांची प्रसिद्धी झाली ते मार्टिन ल्यूथर किंग त्या देशातील काळ्या लोकांचे– निग्रोंचे– एक थोर नेते होते. योगायोगाने त्यांनाही गांधीजींप्रमाणेच खुनी हल्ल्याला बळी पडावे लागले. वयाच्या सहाव्या वर्षापासून त्यांना अमेरिकेतील जातिभेदांची जाणीव झाली. निग्रो जमातीला मिळणाऱ्या अमानुष, असंस्कृत वागणुकी विरुद्ध त्यांनी शांततामय मार्गाने प्रचंड लढा उभारला. सरकारला त्याची दखल घ्यावी लागली. मानवी हक्क आणि समानता यासाठी त्यांनी सतत संघर्ष केला. त्यांची संघटन शक्ती अपूर्व होती. त्यांच्या भाषणातून आढळणारी तळमळ असाधारण होती. लाखो लोक कानांत प्राण आणून त्यांचे भाषण ऐकत आणि त्यांच्या आदेशाचे पालन करत.

मार्टिन ल्यूथर किंग

अशाच एका प्रचंड जाहीर सभेत त्यांच्या मताची चीड बाळगणाऱ्याने त्यांच्या दिशेने एक बूट फेकला. बूट व्यासपीठावर येऊन पडताच श्रोत्यांची गर्दी खवळली. दंगलीला निमित्त पुरेसे होते. संयोजक घाबरले. जमावाला आवर घालता आला नाही तर काय होईल या भीतीने त्यांची छाती दडपून गेली. पण या सगळ्या हलकल्लोळात मार्टिन

ल्यूथर किंग बिलकूल स्वस्थ होते. त्यांची   कसलीही चलबिचल झाली नाही. त्यांचा तोल जरासाही सुटला नाही. त्यांनी अगदी प्रेमाने तो बूट उचलला, लोकांसमोर धरला आणि बोलायला सुरुवात केली–

'आपला हा देश महान आहे. या महान देशातील नागरिक आपल्या चाकरांची किती काळजी घेतात पहा ना! आताच, अशाच एका उदार मनाच्या अमेरिकन नागरिकाने हा बूट, माझ्यासारख्या अनवाणी पायाने चालणाऱ्या आणि तशा प्रकारचा बूट वापरणे परवडत नसणाऱ्या एका गरीबाची कीव करून, माझ्या दिशेने भिरकावला आहे. पण दुर्दैवाने त्याने एकच का फेकावा? त्या दयाळू सद्गृहस्थाला माझी नम्र प्रार्थना आहे त्याने त्याच्या जोडीचा दुसराही फेकून माझ्यावर कृपा करावी. मी त्याचे उपकार विसरणार नाही...'

***

फ्रेंच राज्यक्रांतीने जगाच्या इतिहासात मानाचे स्थान मिळवले. 'स्वातंत्र्य– समता व बंधुत्व' हे महान सूत्र जगातील गोरगरीब, दडपल्या जाणाऱ्या लोकांच्या चळवळींचे घोषवाक्य बनले. राजसत्ता उलथून पाडण्यासाठी सज्ज होणाऱ्या सामान्यजनांना त्यापासून स्फूर्ती मिळाली. लोकांच्या अंत:करणात क्रान्तीची ही मशाल पेटण्याचे महान काम केले. फ्रेंच लेखकाच्या एका जोडीने– रूसो आणि व्हॉल्टेअरनी! त्या दोघांनी हा विचार लोकांच्या मनात रुजवला, त्याला खतपाणी घातले आणि क्रांतीचे भरघोस पीक काढून जगाला चकित केले. लेखकाच्या शब्दात किती प्रचंड ताकद असते याची कल्पना त्यावरून येऊ शकते. लेखणी श्रेष्ठ की तलवार श्रेष्ठ? असा विषय शालेय विद्यार्थ्यांना वादासाठी देण्याची रीत फार जुनी आहे. त्याचा अर्थ हाच की हातात तलवार घेण्याची प्रेरणा लेखणीतून मिळते आणि पुढे तीच जुलमी तलवार त्या लेखणीचा जीवही घेते. पण लेखणीला लाभणारे अजरामरत्व तलवारीच्या वाट्याला क्वचितच येते.

व्हॉल्टेअर

व्हॉल्टेअर अजरामर ठरला त्याच्या लेखणीच्या जोरावर. हा थोर विचारवंत मनाने अतिशय खेळकर आणि प्रसन्न होता. आयुष्यातील

बिकट प्रसंगातही त्याचे मन हसत खेळत वावरायचे. अगदी अखेरची घटका मोजताना देखील त्याने त्याला आवर घातला नाही. आयुष्याचे शेवटचे क्षण जवळ आले. मृत्यूशय्येवर पडलेल्या व्हॉल्टेअरकडे पाहून लोक हळहळत होते. नियमाप्रमाणे, अंतिम घटका भरत असताना प्रार्थनाविधी करण्यासाठी चर्चमधून उपदेशक आले. व्हॉल्टेअर त्यांना विचारतो- 'महाशय, आपण कोठून आलात?' उपदेशक उत्तरले- 'आकाशातील देवाच्या- येशू ख्रिस्ताच्या- दरबारातून!' व्हॉल्टेअरने आपला थरथरता हात पुढे केला आणि म्हटले- 'अस्सं! मला आपले प्रमाणपत्र पाहू द्याल का?' उपदेशक संतापला आणि निघून गेला.

खरा क्रान्तिकारक अखेरच्या क्षणापर्यंत आपल्या तत्त्वांशी, विचाराशी प्रामाणिक राहतो याचे हे ठळक उदाहरण आहे.

***

लाकडाच्या ओंडक्याच्या घरातून वॉशिंग्टनच्या व्हाईट हाऊसपर्यंत मजल मारणाऱ्या अमेरिकेच्या राष्ट्राध्यक्ष अब्राहम लिंकनची जीवनयात्रा म्हणजे एका जिद्दी, निष्ठावंत, निश्चयी महापुरुषाची चित्तथरारक कहाणी आहे. 'लोकांचे, लोकांनी चालवलेले, लोकांच्या कल्याणासाठी असलेले सरकार म्हणजे लोकशाही!' अशी एक साधी, सुटसुटीत व्याख्या त्याने जगाला दिली. तरुणपणी नजरेत साठवलेले निग्रो गुलामांचे हाल, त्यांचे दास्यत्व पाहून त्याचे मन कळवळले. 'मला जेव्हा संधी मिळेल तेव्हा मी या गुलामगिरीला अस्सा ठोसा लगावेन की पहात रहाल!' या निर्धाराने त्यांनी राष्ट्राध्यक्ष होताच गुलामगिरी रद्द केली. त्याचवेळी झालेल्या यादवी युद्धात कणखरपणे राष्ट्राच्या ऐक्याला महत्त्व देऊन ते अबाधित राखले आणि आपल्या वीरोचित, सामर्थ्यशाली आयुष्याची आहुती देताना मारेकऱ्याच्या गोळ्या निधड्या छातीवर झेलल्या. जगाच्या इतिहासातील एक उदात्त व्यक्तिमत्त्व अमर झाले.

अब्राहम लिंकन

राष्ट्राध्यक्षपद सांभाळताना लिंकनला शेकडो पत्रे यायची. त्यापैकी बरेचसे अर्ज अध्यक्षांनी आपल्याला झालेल्या अपराधाबद्दल दया दाखवावी अशा अर्थाचे असत. अर्जासोबत कोणत्या तरी सिनेटरचे किंवा एखाद्या

मोठ्या पदावर काम करणाराचे शिफारसपत्र जोडलेले असायचे. एके दिवशी टपालात एका सैनिकाचा अर्ज लिंकनकडे आला. त्याला तसे एखादे पत्र जोडलेले नव्हते.

लिंकननी सचिवाला विचारले— 'या सैनिकाला त्याची शिफारस करणारा कोणी भेटलेला दिसत नाही काय? त्याच्या ओळखीचे कोणी मोठे नाही वाटते?' सचिव म्हणाला— 'बहुतेक नसावे!'

लिंकनने थोडा वेळ विचार केला. त्याला त्या सैनिकाची दया आली. तो भावविवश होऊन म्हणाला— 'चला, आता या सैनिकाने मला आपला मित्र मानावे. मी त्याची शिफारस करतो!'

याला म्हणतात दीनदुबळ्यांची, असहायांसाठी वाटणारी कणव. ते काम येरा गबाळ्यांचे कधीच नसते.

***

राष्ट्राची ताकद त्याच्या शिक्षण पद्धतीत असते. महाराष्ट्राच्या कानाकोपऱ्यातील गोरगरिबांसाठी शिक्षणाची गंगा ज्यांनी ज्यांनी नेली त्यामध्ये कर्मवीर भाऊराव पाटलांचे नाव नेहमीच अग्रभागी राहील. भाऊराव पाटलांचा जन्म २२ सप्टेंबर १८८७ला झाला. त्यांना ७२ वर्षांचे आयुष्य लाभले. त्या आयुष्याचे त्यांनी सोने केले. सत्यशोधक समाजाचे कार्य करत त्यांनी रुढी व अंधश्रद्धावर हल्ला चढवला. दीनदलित, अस्पृश्य मुलांना जवळ करून त्यांच्यासाठी शिक्षणाची दारे खुली केली. १९१० मध्ये दुधगाव (सांगली) येथे वसतिगृह सुरू केले. १९१९मध्ये काले (सातारा) येथे रयत शिक्षण संस्था स्थापन केली. आज महाराष्ट्रभर या संस्थेची मुळे पसरलेली आहेत. प्राथमिकपासून महाविद्यालयांपर्यंत शिक्षणकार्य सुरू आहे. रयत शिक्षण संस्थेचे बोधवाक्य आहे 'स्वावलंबन हेच ब्रीद' आणि बोधचिन्ह आहे वटवृक्ष. 'कमवा आणि शिका' ही भाऊरावांची शिकवण आहे. रयत शिक्षण संस्थेच्या पारंब्या सतत नवी नवी क्षितिजे आक्रमत आहेत. कर्मवीर भाऊराव पाटलांनी महाराष्ट्रातील ग्रामीण भागाला शिक्षणाची संजीवनी दिली आणि आपल्या अतुलनीय ध्येयवेडेपणाने जग जिंकले. ९ मे १९५९ या दिवशी जगाचा निरोप घेऊन परलोकवासी झालेले भाऊराव अमर आहेत. रयत शिक्षण संस्थेच्या रूपाने आजही आपल्यात वावरत आहेत.

कर्मवीर भाऊराव पाटील

भाऊराव स्वत: मॅट्रिक - पर्यंतच शिकले. शिक्षणासाठी ते कुंभोजहून कोल्हापूरास आले. जैन बोर्डिंगात राहिले. जैन असूनही त्यांना जातपात माहीत नव्हती. त्यामुळे एकदा क्लार्क होस्टेल या दलित वसतिगृहाच्या उद्‍घाटनासाठी गेलेल्या जैन विद्यार्थ्यांनी आंघोळ केल्याशिवाय जेवण घ्यायचे नाही असा रेक्टर लट्ठे यांनी आदेश दिला. भाऊरावांनी तो मानला नाही. त्यांना ते सोवळे ओवळे मंजूर नव्हते. शिक्षा म्हणून त्यांची तेथून हकालपट्टी झाली. भाऊरावांचे शिक्षण तेथेच थांबले. कदाचित, त्यामुळेच त्यांनी महाराष्ट्रातील दीन दुबळ्या स्वाभिमानी मुलांच्या शिक्षणासाठी सारे आयुष्य वेचले असावे. काही वर्षांनी रेक्टर

लठ्ठ्यांवर सरकारने एक आरोप ठेवला. त्यांच्याविरुद्ध साक्ष देण्यासाठी भाऊरावांना फितवण्याचा प्रयत्न सरकारने केला. विद्यार्थीदशेत त्यांच्यावर याच लठ्ठ्यांनी अन्याय केला असूनही आपल्या एकेकाळच्या शिक्षकाविरुद्ध साक्ष देण्याचा बेईमानीपणा करणार नाही असे ठाम सांगितले. त्यामुळे पोलिसांनी भाऊरावांचा खूप छळ केला. तो सहन न होऊन पळून जाताना भाऊरावांनी एका पाणी नसलेल्या विहिरीत उडी टाकली. त्यांच्यावर आत्महत्येचा प्रयत्न करण्याचा नवा आरोप ठेवून खटला भरला. त्यांना सहा महिन्यांची शिक्षा ठोठावण्यात आली. अजूनही कोल्हापूर सरकारचे पोलिस खोटी साक्ष देण्यासाठी त्यांना आग्रह करत होते. पण भाऊराव किंवा त्यांच्या मातापित्यांनी दाद दिली नाही. अखेर भाऊरावांची सुटका झाली. त्या अग्निदिव्यातून तावून सुलाखून निघालेल्या भाऊरावांनी यथावकाश आपल्या शिक्षणकार्याची ज्योत साऱ्या महाराष्ट्रभर मोठ्या अभिमानाने तेवत ठेवली. रयतेच्या जीवनात प्रकाश पसरवला.

***

ज्योतीने ज्योत पेटते. कर्मवीर भाऊराव पाटलांच्या भगीरथ प्रयत्नांनी महाराष्ट्रात शिक्षणाची गंगा आली. त्या गंगेच्या प्रवाहापासून स्फूर्ती घेऊन ज्या काही सेवाभावी, निरलस कार्यकर्त्यांनी आपल्या स्फुर्तिदात्यालाही कौतुक वाटावे असे पवित्र शिक्षणकार्य यशस्वी करून दाखवले त्या थोर पुरुषांपैकी एक होते गोविंद ज्ञानोजी तथा बापूजी साळुंखे. ९ जून १९१९ रोजी सातारा जिल्ह्यातील पाटण तालुक्यातील रामापूर गावात बापूजी जन्मले. अत्यंत खडतर परिस्थितीत, स्वावलंबनाच्या बळावर, मोठ्या जिद्दीने त्यांनी कला शाखेतील पदवी प्राप्त करून घेतली. त्यांचा काळ स्वातंत्र्य चळवळीने भारून टाकणारा काळ होता. साधी राहणी, उच्च विचारसरणी यांचा अंगीकार बापूजींच्या अंगभूत व्यक्तिमत्त्वाने आत्मसात केला. प्रसंगानुसार ते कर्नाटकातील एका छोट्या– सोंडूर– संस्थानात राजकवी म्हणून गेले. तेथील युवराजांचे राजगुरू बनले. पण काहीतरी वेगळे, समाजाच्या उपयोगी पडेल असे करून दाखवण्याकडे त्यांचा कल होता. म्हणून तो मोह झुगारून देऊन ते कोल्हापूरास परतले. थेट भाऊरावांच्या संस्थेत आजीव सेवक बनले. त्या अनुभवाचा आधार घेऊन त्यांनी स्वत: एक शिक्षण संस्था स्थापन केली. 'ज्ञान, विज्ञान आणि सुसंस्कार यासाठी शिक्षण प्रसार' हे बोधवाक्य घेऊन तिला युगपुरुष स्वामी विवेकानंदांचे नाव दिले. १९५५ साली स्थापन झालेल्या या संस्थेचा विकास झपाट्याने झाला. आज ती महाराष्ट्रातील एक नामवंत, यशवंत आणि कीर्तीवंत संस्था म्हणून भरभराटीस येत आहे. ८ ऑगस्ट १९८७ ला डॉ. बापूजी साळुंख्यांनी आपली इहलोकीची यात्रा संपवली. डॉ. भाऊराव आणि डॉ. बापूजी या दोन महान शिक्षणसंतांनी मळवलेल्या महान मार्गांनी महाराष्ट्र अभिमानाने वाटचाल करत आहे.

शिक्षण महर्षी बापूजी साळुंखे

बापूजी रुकडीच्या महात्मा गांधी विद्यालयाचे मुख्याध्यापक होते. उत्कृष्ट शिक्षक, कडक मुख्याध्यापक अशी त्यांची ख्याती होती. गरीब मुलांना त्या काळची शालेय फी भरणे कठीण असायचे. त्यामुळे काही वेळा त्यांना काम देऊन, फीत सवलत देऊन, स्वत:च्या खिशातले पैसे

घालून मुलांना शिकवायची बापूजींची तयारी असायची. त्यातलीच
काही मुले शाळेला जाताजाता रस्त्याच्या कडेला असलेल्या भुईमुगाच्या
शेंगावर हात मारून शाळेत पोचली. त्यांच्या मागे शेताचा मालक
लागला. पोरांच्या मागून तोही शाळेत पोचला. त्याने मुख्याध्यापक
बापूजी साळुंख्यांना सर्व हकीकत सांगितली. वर्णनावरून बापूजींना
मुलांची ओळख पटली. (आता किती मुख्याध्यापकांना हे जमते?)
त्यांनी नेमका एक वर्ग गाठला. हातातील छडीने मुलांना फोडून काढले.
शेतकऱ्यानेच त्यांना आवरले म्हणून बरे. त्यातला एक मुलगा पुढे
नावारुपाला आला. आयुष्यात प्रामाणिकपणाने वागला. आजही त्याला
बापूजींची आठवण येते, आपले जीवन सुंदर करण्यात त्यांचा सिंहाचा
वाटा आहे असे तो कृतज्ञतापूर्वक सांगतो.

***

गुरुत्वाकर्षणाचा सिद्धांत म्हटले की न्यूटनचे नाव आलेच डोळ्यांसमोर. लागलीच झाडावरून खाली येणारे ते फळही दिसतेच. न्यूटन एक अतिशय मोठ्या मनाचा, हळुवार अंत:करणाचा आणि विनोदी वृत्तीचा माणूस होता. कोणतीही गोष्ट मनाला लावून घ्यायची त्याला सवय नव्हती. त्याने आपला बराच काळ केम्ब्रिज विद्यापीठात घालवला. त्यांचे संशोधनाचे काम आयुष्याच्या अखेरपर्यंत चालू होते.

ऐझॅक न्यूटन

एकदा तो आपल्या अभ्यासिकेत काम करत बसला असता त्याच्याकडे एक माणूस भेटायला आला. त्या काळी न्यूटनची परिस्थिती फार भरभराटीची नव्हती. शिवाय, नेहमीप्रमाणे तो आपल्या पोषाखाबद्दल फारसा दक्षही नव्हता. त्याच्या अंगावरचा कोट त्या मानाने साधाच होता. त्याला एकदोन भोकेही पडलेली दिसत होती. त्या गृहस्थाचे लक्ष नेमके त्याकडे गेले. तो म्हणाला– 'मि. न्यूटन, तुमचे दारिद्र्य त्या

भोकातून डोकवायला लागलंय की!' न्यूटनला कपड्याचे काय विशेष! तो ताडकन उद्गारला– 'महाशय, तसे नाही घडत. उलट, तुमचा मूर्खपणा त्यातून आत शिरताना दिसतोय मला!'

न्यूटनपाशी एक कुत्रा होता त्याने पाळलेला. एकदा न्यूटनने केलेल्या प्रयोगांचे पुस्तक तयार होत होते. टेबलावर कागद पसरलेले होते. प्रार्थनेची वेळ झाली म्हणून न्यूटन तसाच उठला आणि बाहेर चर्चला गेला. थोड्या वेळाने एक उंदीर येऊन कागद कुरतडायला लागला. कुत्र्याचे लक्ष तिकडे गेले. त्याने त्याच्यावर झेप घेतली. बाजूला एक मेणबत्ती पेटलेली. ती उलटून कागदावर पडली. कागदांनी पेट घेतला. न्यूटन परत येऊन पहातो तो सगळी राखच राख झालेली. इतक्या महिन्यांचे काम भस्मसात. दुसरा एखादा असता तर त्याने कुत्र्याच्या पेकटात हाणले असते. न्यूटन एवढेच म्हणाला– 'अरे माझ्या लाडक्या, तू काय करून ठेवलेस ठाऊक आहे का तुला?' बस्स. शांतपणे पुन्हा कामाला लागला.

***

विज्ञानाने केलेले चमत्कार पाहिले की मन थक्क होते आणि विशेष म्हणजे विज्ञानाची कोडी सोडवायचे काम माणूसच करतो. आज आपण दूरदर्शनच्या युगात छान रमलो आहोत. जगात कोठेही घडत असलेली गोष्ट एका निमिषांत आपल्या नजरे समोर हजर होते. दूरदर्शनसंचाच्या अगोदर आपल्याकडे रेडिओ होता. रेडिओच्या आधी ग्रामोफोन! एका तबकडीत आवाज साठवून तो हवा तेव्हा ऐकू शकत होतो आपण. ज्यांनी तो प्रथम ऐकला असेल तेव्हा त्यांची मन:स्थिती काय झाली असेल बरे! तीच कथा रेडिओची आणि टी.व्ही.ची! ही किमया त्या महान, जिद्दी संशोधकाची आहे. शास्त्रज्ञाला एकदा ध्यास लागला की बस्स! विज्ञान पुढेपुढे सरकते. तुमच्या आमच्यासारखा माणूस त्यांच्या कष्टांची फळे चाखतो. थॉमस एडिसन हा असाच एक अवलिया होता. इतर संशोधनाबरोबर ग्रामोफोन त्याने शोधून काढला. स्वत:च्या संशोधनाखेरीज त्याला इतर कशातही रस नसे. काम, काम आणि कामच! हा त्याचा कार्यक्रम. सतत कामात गढून जाणे हेच त्याचे सुख. एकदा आपल्या प्रयोगशाळेत तो शिरला की मग काळवेळ, तहानभूक याची आठवण नाहीच व्हायची. बायको बिचारी थकून जायची वाट पाहून, हाका मारून!

थॉमस एडिसन

एकदा असेच झाले. काही केल्या एडिसन बाहेर येईना. बायकोनेही हट्टच धरला. पुन्हा पुन्हा त्याची पाठच धरली. शेवटी, महाशय बाहेर आले. बायको जवळ जवळ ओरडलीच त्यांच्या अंगावर– 'अहो, चोवीस तास तुम्ही कामच करता. थोडी तरी विश्रांती घ्याल की नाही कधी तरी?' एडिसन भाबडेपणाने म्हणतो कसा– 'अग, पण हे काम सोडून जायचे तरी कोठे?' बायको म्हणाली– 'अहो, मनाला येईल तिकडे जावे माणसाने!' लागलीच एडिसन माघारी वळला. जाता जाता म्हणाला– 'अगदी बरोबर बोललीस. माझ्या मनात तिकडेच जावे असे आहे!' आणि काय आश्चर्य! पुन्हा एकदा त्याने प्रयोगशाळेचाच रस्ता धरला.

***

सापेक्षतावादाचा सिद्धांत मांडून भौतिकशास्त्रात नवयुग निर्माण करणारा अल्बर्ट आईन्स्टाईन हा एक थोर संशोधक होता. त्याच्या संशोधनाच्या आधारावर तयार झालेल्या अण्वस्त्रांच्या विरोधात उभे राहण्याची पाळी त्याच्यावर आली. जन्माने ज्यू असलेल्या आईन्स्टाईनला हुकुमशहा हिटलरच्या ज्यू द्वेष्ट्या धोरणाचा बळी बनून देश त्याग करावा लागला. अनेक नामवंत विद्यापीठांनी त्याला आमंत्रणे दिली. आईन्स्टाईनने अमेरिकेतील प्रिन्स्टन विद्यापीठ पसंत केले. शांतपणे आपले बहुमोल संशोधनकार्य करण्यात स्वत:ला गुंतवून घेतले. त्याच्यावर जगाने केलेल्या सन्मानांना गणती नाही. स्वतंत्र इस्त्रायल निर्माण झाल्यानंतर १९५२ मध्ये त्याला राष्ट्राध्यक्षपद देऊ करण्यात आले. आईन्स्टाईनने त्याला विनयपूर्वक नकार दिला. आईन्स्टाईन एक मानवतावादी विचारवंत होता. त्याचा खेळकरपणा, नम्रता व समाधानी वृत्ती अनुकरणीय होती. त्याला अनेक जागतिक विद्यापीठांनी सन्माननीय डॉक्टरेट दिली. पण अखेरपर्यंत आपल्याला 'प्राध्यापक' म्हणवून घेण्यातच त्याने धन्यता मानली.

अल्बर्ट आईन्स्टाईन

परदेशात एखाद्या नामवंताचे व्याख्यान ठेवताना त्याचवेळी एखादी मेजवानी आयोजित करण्याचा एक प्रकार आहे. अशा मेजवानीसाठीचे भोजन फुकट मिळत नाही. त्यासाठी दर आकारण्यात येऊन त्या निधीचा विनियोग एखाद्या सामाजिक वा शैक्षणिक कार्यासाठी होत असतो. अशाच एका समारंभासाठी विविध क्षेत्रातील विशेषत: वैज्ञानिक-नामवंत मंडळी जमली होती.

आईन्स्टाईन मुख्य वक्ता होता. निमंत्रित आपापल्या टेबलाजवळ हजर झाले. सभा सज्ज झाली. आईन्स्टाईनच्या नावाचा पुकारा झाला. श्रोत्यांनी कान टवकारले. अल्बर्ट आईन्स्टाईन खुर्चीवरून उठले. उभे राहिले. 'मित्र हो, मला खरोखर काहीही सांगायचे नाही!' बस्स. इतकेच बोलून महाशय चक्क खाली बसले. सगळीकडे धमाल उडाली. प्रत्येकजण हवालदील झाला. शंभर डॉलर फुकट गेले आपले असे वाटले त्यांना. आपल्या त्या प्रामाणिक उद्गारांचा भयंकर परिणाम पाहून तो पुन्हा उठला आणि म्हणाला– 'जेव्हा माझ्याकडे सांगण्यासारखे असे खरोखरच काही असेल तेव्हा मी आपल्याला वेळीच कल्पना देईन!' त्यानंतर सहा महिन्यांनी असाच एक भोजन समारंभ घडवण्यात आला. त्या दिवशी मात्र आईन्स्टाईनने आपले आश्वासन पुरे करण्यासाठी एक लांबलचक विद्वत्ताप्रचुर भाषण दिले.

***

माणसाप्रमाणेच वृक्ष-वेलींनाही प्राण असतो हे सिद्ध करून जगातील शास्त्रज्ञांना थक्क करणारा श्रेष्ठ भारतीय संशोधक म्हणजे जगदीशचन्द्र बोस! हवा, प्रकाश, वातावरण यांचा त्यांच्यावर होणारा परिणाम नेहमीसारखाच असतो. त्यांच्या या अद्वितीय संशोधनाबद्दल ते नोबेल पारितोषिकास पात्र ठरणारे निवडक भारतवासी ठरले. त्यांच्या कर्तृत्त्वाने देशाची मान उंचावली. जगदीशचन्द्र बोसांनी आपला स्वाभिमान कधीही गहाण टाकला नाही.

जगदीशचंद्र बोस

त्यांचा काळ ब्रिटीश राजवटीचा होता. विदेशातील शिक्षण पूर्ण करून ते भारतात परतले. कलकत्त्याच्या प्रेसिडेन्सी कॉलेजात प्राध्यापक म्हणून रुजू झाले. त्या काळी, काळा- गोरा हा भेद जोरावर होता. युरोपियन प्राध्यापकांचे पगार, सवलती वेगळ्या होत्या. त्यांना मिळणाऱ्या पगारात दुपटी तिपटीचा फरक पडायचा. डॉ. बोसांना हा भेदाभेद मान्य नव्हता. समान काम तर समान वेतन मिळालेच पाहिजे हा त्यांचा

आग्रह होता. त्यांनी नोकरी चालू ठेवली पण पगार न घेता. त्यामुळे त्यांना मोठ्या अडचणीत दिवस काढावे लागले. पैसे नसल्यामुळे कलकत्त्या बाहेरच्या एका साध्या घरात त्यांनी बिऱ्हाड केले. कलकत्त्याला पोचण्यासाठी नाव तयार केली. त्यांची पत्नी त्यांना कॉलेजला घेऊन जायची, तेथून परत आणायची. इतक्या हालअपेष्टा होत असूनही त्यांनी माघार घेतली नाही.

अखेर, ब्रिटीशांनी त्यांची मागणी पुरी करून त्यांना योग्य तो समान पगार दिला. इतर इंग्लिश प्राध्यापकांच्या बरोबरीने.

याला म्हणतात थोरांची तत्त्वनिष्ठा, सत्याचा विजय होण्यासाठी दिलेली निकराची झुंज!

***

मार्क ट्वेन हा एक विख्यात विनोदी लेखक होता. त्याच्या कथांतून लहान मुलांच्या खोडकरपणाला महत्त्व दिलेले असते. त्याचे व्याख्यान म्हणजे हशा व टाळ्या यांची प्रचंड आतषबाजीच जणू. मार्क ट्वेनने अमेरिकन साहित्याला नवे वळण दिले. त्याला प्रवासाची खूप आवड होती. प्रवासात केलेल्या निरीक्षणाचा उपयोग त्याने आपल्या लेखनात भरपूर केला. त्याच्या कथातील पात्रे वाचकाला आपलीशी वाटत. सहज सुंदर विनोद, खेळकर लेखनशैली यासाठी त्याची ख्याती होती. मराठी साहित्यात आचार्य अत्रे, पु. ल. देशपांडे यांना जी लोकप्रियता लाभली त्याच पद्धतीचे प्रेम जगभरातील वाचकांनी मार्क ट्वेनला दिले. त्याचा एक उत्तम पुरावा म्हणजेच–

मार्क ट्वेन

मार्क ट्वेनच्या एका वाचकाला त्याच्या (मार्कच्या) वाढदिवसाच्या शुभेच्छा पाठवण्याची तीव्र इच्छा झाली. बिचाऱ्याला ट्वेनचा पत्ता ठाऊक नव्हता. आपला आवडता लेखक चिरायु व्हावा ही आपली

प्रार्थना कोणत्याही परिस्थितीत त्याच्यापर्यंत पोचावी म्हणून त्याने तसे पत्र टपालात बेधडक टाकले. पत्रावर पत्ता घातला होता- 'मि. मार्क ट्वेन, पत्ता ठाऊक नाही. परमेश्वराची कृपा होऊन हे पत्र त्यांना पोचावे!' असेच काही दिवस गेले. त्या वाचकाच्या पत्त्यावर चक्क मार्क ट्वेनचे उत्तर आले. वाचकाचा आनंद गगनात मावेना. त्याला आनंदाच्या उकळ्या फुटल्या. थरथरत्या हातांनी त्याने पाकीट फोडले. आत असलेल्या पत्रात फक्त एकच वाक्य होते-

परमेश्वराने कृपा केली.

खाली सही होती- मार्क ट्वेन!

धन्य तो लेखक आणि कृतार्थ तो वाचक- !

***

सर्वसामान्य इंग्लिश माणूस विल्यम शेक्सपीयर व जॉर्ज बर्नार्ड शॉ या दोन नावांबद्दल प्रचंड गर्व बाळगतो. विन्स्टन चर्चिलसारखा एक महान मुत्सद्दी त्यांचे वर्णन करताना पुढील शब्द वापरतो– 'बर्नार्ड शॉ म्हणजे एक संत, एक ऋषी, एक विदूषक यांचे विचित्र रसायन आहे. ती व्यक्ती खरोखरच वंदनीय, बुद्धिमान आणि दुराग्रही आहे. आंग्ल भाषा जगाचा एक महान भाषाप्रभूच!' शॉच्या हजरजबाबीपणाच्या हजारो कथा आजही लोक चवीने चघळतात. मोजक्या शब्दांत एखाद्याची स्तुती किंवा थट्टा कशी करायची हे त्याच्याकडूनच शिकावे. खुद्द स्वत:बद्दलची त्यांची एक तक्रार होती– 'लोक मला 'मूर्ख' म्हणतात. पण कटकट ही आहे की ते खऱ्या अर्थाने माझे काही ऐकूनच घेत नाहीत'

जॉर्ज बर्नार्ड शॉ

एकदा एका भारतीय कवी महाशयांनी आपले एक हस्तलिखित त्यांच्याकडे अभिप्रायासाठी पाठवले. शॉनी पहिले पान वाचल्याबरोबर

ताडकन मत बनवले– 'या गृहस्थाला कविता म्हणजे काय हे कळतच नाही. इतकेच नाही तर त्याचे इंग्रजीही बिलकूल अशुद्ध आहे!' तरीही, एका पोस्टकार्डावर त्यांनी अभिप्राय लिहिला– 'न देखिले या सम काही आजवरी...!'

चर्चिल व शॉ यांची जुगलबंदी ऐकण्यासारखी आहे. एकदा शॉने आपल्या एका नाटकाच्या पहिल्या प्रयोगाची दोन तिकीटे पाठवली. सोबतच्या पत्रात लिहले– 'दुसरे तिकीट आपल्या मित्र/मैत्रिणीसाठी आहे. तसे तुमचे कोणी असेलच तर त्याला/तिला बरोबर आणावे!'

विन्स्टन चर्चिलनी बर्नार्ड शॉवर कडी केली. त्यांनी ती तिकीटे साभार परत करताना कळवले– 'तिकीटे पाठवल्याचे आभार. त्या दिवशी म्हणजे पहिल्या प्रयोगाचे वेळी मी इतरत्र गुंतलो आहे. कृपया माझ्यासाठी दुसऱ्या प्रयोगाची तिकीटे पाठवावी.– जर तो होणार असेल तर!'

अशा मिस्कील मनाची माणसे महान ठरली नाहीत तरच नवल!

***

वास्तविक पाहता एकेकाळी ब्रिटीश साम्राज्यावर सूर्य कधीच मावळत नाही अशी स्थिती होती, पण दुसरे जागतिक युद्ध संपले आणि हळूहळू ब्रिटीश वसाहती गुलामगिरीतून मुक्त होऊ लागल्या. १९४७ साली भारत स्वतंत्र झाला. या घटनेचे सर्वात मोठे दु:ख झाले ब्रिटनचे माजी पंतप्रधान, विन्स्टन चर्चिलना! चर्चिल एक थोर, विलक्षण बुद्धिमान राजनीतीज्ञ होते. ब्रिटीश साम्राज्य, इंग्रज परंपरा यांचा त्यांना भलता अभिमान होता. 'मला अश्रू नकोत, रक्त हवे, घाम हवा, कष्ट हवेत!' या त्यांच्या आवेशपूर्ण उद्गाराने इंग्लंड पेटून उठले आणि जवळजवळ बेचिराख होऊनही अखेरीस युद्धात विजयी ठरले. त्याचे सारे श्रेय चर्चिल यांच्या मुत्सद्देगिरीला द्यावे लागेल. आजही इंग्रज माणूस त्यांच्या कर्तृत्वापुढे आदराने आपली मान तुकवतो. विन्स्टन चर्चिल यांचे आत्मचरित्र एक उत्कृष्ट साहित्यकृती मानण्यात येते.

विन्स्टन चर्चिल

भारताला स्वातंत्र्य देण्याच्या ब्रिटीश सरकारच्या निर्णयाला त्यांनी शेवटपर्यंत कडाडून विरोध केला. 'ज्या राजकीय पक्षाच्या हाती तुम्ही

भारतासारख्या देशाचा कारभार सोपवत आहात त्या माणसांची लायकी एका गवताच्या काडीचीही नाही...' असे हेटाळणीचे उद्गार त्यांनी पार्लमेंटमध्ये विरोधी पक्षनेता म्हणून काढले. पण हे 'राजकीय' वैर त्यांनी कायम ठेवले नाही. त्यांना माणसाची पारख चांगली होती. एका खाजगी कार्यक्रमाच्या प्रसंगी एका प्रतिष्ठित इंग्लिश माणसाने पं. नेहरूंबद्दल नको ते उद्गार काढले. त्या क्षणी चर्चिलनी त्याला कडक शब्दात चापले. ते म्हणाले– 'खबरदार, नीट ध्यानात ठेवा. पं. नेहरू हा माणूस सामान्य नाही. भय आणि द्वेष यावर विजय मिळवलेल्या माणसाच्या- म. गांधींच्या – जातीचा आहे तो!' पुढे त्यांनी नेहरूंना स्वतःच्या हस्ताक्षरात एक छोटे पत्र पाठवले. त्यात लिहले होते– 'मी तुम्हाला सांगितलेले लक्षात ठेवा– तुम्ही आशियाची प्रकाशज्योत आहात!'

***

'गीतांजली' या काव्यसंग्रहाला नोबेल पारितोषिक मिळाले आणि भारताचा हा राष्ट्रकवी जगप्रसिद्ध झाला. रविन्द्रनाथ टागोर आपल्या राष्ट्रगीताचे– जन गण मन अधिनायक– जनक आहेत. रविन्द्रनाथांचे शान्तिनिकेतन जगातील एक आगळीवेगळी शिक्षणसंस्था आहे. रविन्द्रनाथ एक थोर कलावंत, चित्रकार, कवी, नाटककार, कथाकार व राष्ट्रभक्त होते. त्यांच्या साहित्याचा लौकिक अनेक भाषांत पसरला आहे. जगातील अनेक भाषांत त्यांच्या ग्रंथांची भाषांतरे झालेली आहेत. 'निसर्गाच्या सहवासात शिक्षण' ही त्यांचीच कल्पना. रविन्द्रनाथ टागोरांनी आपल्या आचरणाने भारताच्या प्राचीन ऋषीमुनींची परंपरा जोपासली. त्यांच्या आसपास वावरणाऱ्या माणसांची मने नेहमी आनंदित राखण्याचा रविन्द्रनाथ प्रयत्न करत असत. त्यामुळे त्यांच्याभोवती नेहमी निरनिराळ्या क्षेत्रातील नामवंतांची गर्दी होत असे.

रविंद्रनाथ टागोर

एके दिवशी रविन्द्रबाबू अशाच एका घोळक्यात बसले होते. काही वेळाने तेथे

सुप्रसिद्ध बंगाली कादंबरीकार, शरच्चंद्र चट्टोपाध्याय (शरद बाबू) आले. त्यांच्या हातात कागदात गुंडाळलेले एक पुडके होते. त्यांनी ते आपल्याजवळ बाजूला ठेवले. बसलेल्यांपैकी एकाने विचारले– 'काय लपवलंय् पुडक्यात, शरद बाबू?' चट्टोपाध्यायांनी ऐकले न ऐकल्यासारखे केले. लवकर उत्तर दिले नाही. रविन्द्रनाथांना त्यांची अडचण कळली. ताबडतोब त्यांनी प्रश्न केला– 'शरद्, तुझे 'पादुका-पुराण' बांधून आणलंस ना?' शरद्बाबूंनी मान डोलावली व सुटकेचा श्वास सोडला. आजूबाजूच्या माणसांना या 'पादुका-पुराणा'चे गुपित कळेना. शेवटी, रविन्द्रनाथांनीच ते फोडून सांगितले– 'अहो, त्यात बाबू मोशायांनी आपले बूट बांधून ठेवले आहेत. एकदा त्यांचे बूट कोणीतरी चोरल्यानंतर ही काळजी घेतात ते!'

जीवनाकडे इतक्या प्रफुल्लितपणे पाहण्याची दृष्टी रविन्द्रासारख्या श्रेष्ठ कविवर्याशिवाय इतरांकडे असेलच कशी!

***

भारताचे राष्ट्रपती डॉ. सर्वपल्ली राधाकृष्णन यांनी त्या पदाचा मान वाढवला. ते स्वत: जागतिक कीर्तीचे तत्त्वज्ञ व शिक्षणतज्ज्ञ होते. जगातील नावाजलेल्या विद्यापीठांनी त्यांना अध्यापनासाठी सन्मानाने निमंत्रण दिले होते. भारताचे रशियातील राजदूत असताना त्यांनी आपल्या विद्वत्तेची व व्यक्तिमत्त्वाची छाप रशियाच्या सर्वाधिकारी जोसेफ स्टॅलीनसारख्या उग्र व पाषाणहृदयी माणसावरही टाकली होती. त्यांच्या वक्तृत्वाची कीर्ती वाखाणण्याजोगी होती. त्यातील आवेश व हजरजबाबीपणा प्रसन्न पण परखड असायचा.

डॉ. सर्वपल्ली राधाकृष्णन

एकदा डॉ. राधाकृष्णन एका भोजनसमारंभाला हजर होते. त्याला उपस्थित असलेल्या एका इंग्रज गृहस्थाने आपल्या गौरवंशाची वारेमाप स्तुती करणारे भाषण ठोकले. आपल्या भाषणात तो म्हणाला– 'इंग्लिश माणसे परमेश्वराला खूप आवडतात. अतिशय मायेने व

काळजी घेऊन त्याने त्यांना निर्माण केले आहे. आमचा गौरवर्ण आणि रूप हे त्याचेच फळ आहे...!'

डॉ. राधाकृष्णनना त्या माणसाची ती बढाई बिलकूल आवडली नाही. त्यांनी ताबडतोब एक कथा जुळवली आणि ते भाषणास उभे राहिले–

'मित्रहो, एकदा परमेश्वराने पावाची भट्टी घातली. पहिला पाव तयार झाला. त्याची भाजणी कच्ची राहिली. त्या पावातून तयार झाले इंग्रज. दुसऱ्या खेपेस देवाने तो कच्चेपणा काढून टाकण्यासाठी पाव बराच वेळ भाजत ठेवला. साहजिकच तो करपून गेला. त्यातून निघाला निग्रो वंश. त्यांच्या वाट्याला आला कृष्ण वर्ण. आता, मात्र तिसऱ्यांदा परमेश्वराने मोठी खबरदारी घेतली. पाव कच्चा राहणार नाही तसाच तो करपणारही नाही या बेताने भट्टी चालवली. आम्ही भारतीय त्यातून निर्माण झालो. ना गोरे, ना काळे!...' बस्स. एवढे बोलून डॉक्टर खाली बसले. त्या इंग्रज माणसाची मान लाजेने खाली गेली. बाकीचे सारे खोऽखो हसायला लागले.

डॉ. राधाकृष्णन म्हणजे विद्वत्ता, विनय आणि विशालता याचा सुरेख संगमच. भारतीय प्राचीन संस्कृतीचे सुरेख प्रतीकच!

***

लोकमान्य बाळ गंगाधर टिळकांचे नाव निघाले रे निघाले की पाठोपाठ येते त्यांची सिंहगर्जना– 'स्वराज्य माझा जन्मसिद्ध हक्क आहे व तो मी मिळवणारच...!' देशाला स्वातंत्र्य मिळवून देण्यासाठी ज्या थोर देशभक्तांनी रात्रंदिवस आपले आयुष्य वेचले त्यामध्ये लोकमान्य टिळक आघाडीवर होते. अशा थोर पुरुषांची आठवण ठेवणे हे प्रत्येक भारतीयाचे कर्तव्यच आहे. टिळकांच्या नावापुढे चिकटलेला 'लोकमान्य' हा शब्द त्यांच्या नावाचाच एक भाग वाटावा इतका पक्का रुजला आहे. अशा महापुरुषांची थोरवी हीच असते. राजकारणाच्या जोडीने टिळकांनी समाजाला तत्त्वज्ञानाचेही धडे दिले. त्यांचा 'गीतारहस्य' हा ग्रंथ अलौकिक ठरला. टिळकांची पत्रकारिताही तशीच तेजस्वी होती. त्यांच्या 'केसरी' ने खरोखरीच ब्रिटीशांना सतत भयभीत केले. टिळकांची बुद्धिमत्ता अफाट होती. भारताचे भाग्य म्हणून ती बुद्धिमत्ता राष्ट्रकार्यासाठी खर्च पडली!

लोकमान्य टिळक

शाळेत असल्यापासूनच टिळक चलाख, चुणचुणीत आणि चाणाक्ष होते. त्यांचा आत्मविश्वास जबरदस्त होता. वर्गात शिक्षक इतिहासाचा

पाठ घेत होते. मुले पाठाची टिपणे वहीवर उतरून घेत होती. वर्गाबाहेर कसला तरी गलबला चालू होता. तिकडे मुलांचे लक्ष अधूनमधून जात होते. शिक्षकांनी वर्गावर नजर टाकली. एक मुलगा शांतपणे ऐकत होता. त्याने वही उघडलेली नव्हती. शिक्षकांना त्याचा राग आला. त्यांनी त्याला उभा केले. 'तू का लिहून नाही घेत? कशाला बसलायस वर्गात?'

टिळक शांतपणे उठून उत्तरले– 'सर, माझं लक्ष तुमच्या शब्दांकडे पूर्ण आहे. तुमचा शब्द न् शब्द माझ्या डोक्यात पक्का बसत असता तो पुन्हा लिहून घ्यायची गरज मला वाटत नाही!' 'अस्सं, मग दाखव म्हणून, चुकलास की फोडून काढीन. लक्षात ठेव...!' शिक्षकांनी दिलेले आव्हान स्वीकारून टिळकांनी धडाधड म्हणून दाखवला सगळा पाठ! याला म्हणतात आत्मविश्वास!

***

राष्ट्रपिता महात्मा गांधींच्या मोठेपणाबद्दल भारतवासीयांना वेगळे सांगायला नको. ज्यांची गणना जगाच्या इतिहासातील निवडक थोर महापुरुषांत सर्वजण न चुकता करतात त्यांच्याबद्दल किती आणि कायकाय सांगावे! सत्य व अहिंसा महात्माजींच्या रोमारोमांत भिनलेली होती. अगदी शाळेत असल्यापासून ते ३० जानेवारी १९४८ ला मारेकऱ्याच्या गोळ्यांना सामोरे जाऊन 'हे राम!' म्हणून त्याला वंदन करण्यासाठी हात जोडण्याच्या अंतिम क्षणापर्यंत त्यांनी त्या ब्रीदाचे पालन निष्ठेने व निर्धाराने केले.

महात्मा गांधी

राजकोटच्या आल्फ्रेड हायस्कूलची तपासणी चालू होती. शिक्षणाधिकारी नववीच्या वर्गात शिरले. त्यांनी विद्यार्थ्यांची चाचणी सुरू केली. मुलांना पाच शब्द लिहायला सांगितले. मोहनदास एका शब्दापाशी अडकला. त्याला स्पेलिंग आठवेना. गुरुजींच्या ध्यानात त्याची स्थिती आली. त्या काळाच्या रिवाजाप्रमाणे ते मोहनला खुणा करू लागले– 'पुढच्या

मुलाच्या वहीत बघ!' पण गांधींनी त्यांचे ऐकले नाही. ते सोडून वर्गातील बाकीच्या विद्यार्थ्यांची उत्तरे बरोबर आली. गुरुजींना तपासनीसांची शाबासकी मिळाली. शिक्षणाधिकारी बाहेर पडायचा अवकाश गुरुजींनी मोहनदासाची कान उघडणी– अगदी कान पिरगाळून केली– 'मूर्ख कुठला! अरे, मी पुन्हा पुन्हा खुणावत होतो तुला. तुझे लक्ष होते की नाही? तुला समजलंच नाही. बावळट लेकाचा!'

मोहनने सगळे ऐकून घेऊन ठामपणे सांगितले– 'गुरुजी, मला सगळं पूर्ण समजलेलं होतं. पण मी जर तुमच्या सांगण्याप्रमाणे केलं असतं तर मी लुच्चा, चोर ठरलो असतो. मी कधीही तशी लबाडी आयुष्यात करणार नाही!'

उगीचच नाही विख्यात इंग्लिश नाटककार, जॉर्ज बर्नार्ड शॉ, गांधीजीविषयीच्या आपल्या शोक संदेशात म्हणाला–

'सध्याच्या या जगात माणसाने नको त्यापेक्षा भले असणे धोक्याचे ठरते...!'

***

जय हिंद! ही घोषणा ऐकली की एका क्षणात भारतीयांची छाती गर्वाने फुगते. त्यांच्या डोळ्यासमोर येतो एक तेजस्वी चेहरा, एक धगधगते क्रांतीकुंड. तो चेहरा असतो नेताजी सुभाषचंद्र बोस यांचा! देशप्रीती, तुझे नाव सुभाषबाबू! अशी एखादी सार्थ उक्ती त्यांच्या कर्तृत्वाला न्याय देईल. सुभाषबाबूंनी देशासाठी जे सोसले, जे योजले, जे कृतीत उतरण्यासाठी प्रकृतीची व प्राणाचीही पर्वा केली नाही. त्याला तुलनाच नाही. इतका असामान्य राष्ट्रपुरुष या देशात दुसरा झालाच नाही. सुभाषबाबूंच्या आयुष्याचा, त्यांच्या अलौकिक बुद्धिमत्तेचा, मुत्सद्देगिरीचा ठसा भारताच्या राजकारणावर उमटू नये याची मतलबी दक्षता घेऊनही ते शक्य झाले नाही. ज्याप्रमाणे अस्सल सोने अग्निपरीक्षेतूनच झळाळते त्याप्रमाणे सुभाषबाबूंनी आपल्या अखेरच्या क्षणापर्यंत भारताच्या स्वातंत्र्याची स्वप्ने पाहिली आणि कोट्यावधी देशबांधवांच्या अंतःकरणात स्वतःसाठी एक खरेखुरे अढळस्थान मिळवले. बालपणापासून आपल्या प्रत्येक हालचालीत गूढ निर्माण करणाऱ्या सुभाषबाबूंनी आपल्या मृत्यूचे गूढही कायम ठेवले. देशबांधवांना कायमचा चटका लावला.

नेताजी सुभाषचंद्र बोस

सिंगापूरातील आपल्या घराच्या मागील अंगणात सुभाषबाबूंनी दोन माकडे, तीन चार बदके व एक तट्टू पाळले होते. वेळ मिळाला की तेथे बसून ते या प्राण्यांचा खेळ पहात. माकडाचे नाव होते रामू. मादी अर्थात सीता. सुभाषबाबू दिसले की रामू लागलाच बागडायला. कधीकधी स्वारी सरळ खांद्यावर चढायची. मालकानी केळे दिल्याशिवाय खाली यायची नाही.

सुभाषबाबूंना मांजराचा मात्र खूप तिटकारा होता. त्यांचे सहकारी, अबिद हुसेन, यांना एकदा दोन पांढरीशुभ्र मांजरीची पिल्ले मिळाली. त्यांनी ती गुपचूप घरात आणली. काही दिवसांनी मोठी झालेली पिल्ले सुभाषनी पाहिली. सुरुवातीला त्यांनी राग व्यक्त केला. पण नंतर अबिदची इच्छा ओळखून त्यांना घरात राहू दिले. रात्री त्या पिलांना अबिद हुसेन आपल्यापाशी घेऊन झोपतो हे कळल्यावर बाबूजी म्हणाले– 'माणूस आपल्या अंथरुणावर मांजरांना कसा येऊ देतो हेच मला कळत नाही!'

एका महान स्वातंत्र्यवीराच्या व्यक्तिगत आवडीनिवडीची ही कथा किती गंमतीची आहे की नाही?

***

लोकमान्यांप्रमाणे विनायक दामोदर सावरकरांच्या नावामागे चिकटलेला 'स्वातंत्र्यवीर' हा शब्द त्यांना पुरा शोभतो. अक्षरशः तळहातावर प्राण घेऊन त्यांनी समुद्रात उडी घेतली. अंदमानच्या काळ्या पाण्यावर यशस्वी मात केली. क्रांतिकारकांच्या मेरुमण्यात स्वतःचे वेगळे स्थान निर्माण केले. राजकारणाबरोबर समाजकार्याचीही हिरीरीने, निष्ठेने पाठ धरली. इतकेच नाही तर एक थोर प्रतिभाशाली साहित्यिक म्हणूनही मराठी साहित्यात 'जयोस्तुते, हे महन्मंगले...' या स्वातंत्र्यदेवीच्या आळवणीला अमरत्व मिळवून दिले.

स्वातंत्र्यवीर सावरकर

सावरकर या नावाची ब्रिटीशांना नेहमी धास्ती वाटत होती. त्यांचा कायमचा बंदोबस्त करण्याच्या हेतूने सरकारने सावरकरांना काळ्या पाण्याची शिक्षा ठोठावून अंदमानसारख्या निर्जन, रोगराईग्रस्त बेटावरील तुरुंगात पाठवले. एक दोन नव्हे मोजून ४० वर्षांची शिक्षा

भोगण्यासाठी. सावरकर तुरुंगाच्या दारात ठाकले. गळ्यात पाटी अडकवलेली– चाळीस वर्षे तुरुंगवास! जेलरने कुत्सितपणाने प्रश्न केला– 'चाळीस वर्षे पुरी करण्याइतकी हिंमत आहे काय?'

सावरकरांनी त्याच तडफेने प्रत्युत्तर दिले– 'का नाही? चाळीसच काय पण त्यापेक्षाही अधिक काळ जिवंत राहणार आहे मी! मात्र माझ्या याच जीवितकालात तुमच्या ब्रिटीश राजवटीला मात्र अखेरची घटका मोजायची पाळी येत आहे हे नीट समजून घ्या!'

सावरकरांचे सौभाग्य हे की तो स्वातंत्र्य सूर्य १५ ऑगस्ट १९४७च्या आकाशात अवतरलेला पाहताना त्यांचे डोळे आनंदाश्रूंनी भरभरून वाहत होते.

***

भारताला जगात गांधी–नेहरूंचा देश म्हणून ओळखतात. राष्ट्रपिता महात्मा गांधींनी सुरुवातीपासूनच त्यांना आपला मानसपुत्र मानून वाढवले. नेहरूंनीही गांधीजींचे बोट कधीही सोडले नाही. त्यामुळेच स्वातंत्र्यप्राप्तीनंतर त्यांच्याकडे देशाचे पंतप्रधानपद आपोआप चालत आले. नेहरूंच्या नेतृत्वांत अनेक गोष्टींचा संगम झाला होता. देशाची अखंडता, विविधता, परंपरा, यांची जोपासना करत असताना समाजवाद, वैज्ञानिक क्रान्ती, आधुनिक विचारसरणी, आर्थिक प्रगती यांचा विचार अहोरात्र त्यांच्या मनात होता. पं. नेहरूंच्या पुढाकाराने जगांतील महासत्तांमधील शस्त्रास्त्रनिर्मितीची चढाओढ थांबवण्याचे प्रयत्न झाले, मागास देशांना स्वातंत्र्यलढ्यासाठी मार्गदर्शन मिळाले. त्यांनी जागतिक शांततेसाठी केलेल्या प्रामाणिक प्रयत्नांमुळे अलिप्त देशांची संघटना स्थापन झाली. जगातील थोर राजनैतिक मुत्सद्द्यांत त्यांची गणना होऊ लागली. भारताला मानाचे स्थान प्राप्त झाले.

पंडित जवाहरलाल नेहरू

१५ ऑगस्ट १९४७ ते १९६८ पर्यंत पंतप्रधान असलेले पंडित नेहरू पैशाच्या बाबतीत स्वत:चे हात शक्य तितके स्वच्छ राहावेत याबद्दल विशेष काळजी घेत.

साधारणपणे त्यांच्या खिशात दोनशे रुपयांपर्यंत पैसे असत. १९४६ नंतर दिल्लीत निर्वासितांचे लोंढे लागले. पाहणी करताना बाहेर पडले की सढळ हाताने पैसे वाटून मोकळे व्हायची त्यांची पद्धत होती. पैसे संपले की सचिवावर धाड यायची. शेवटी, त्यांच्या सचिवांनी त्यांना सल्ला दिला– 'तुमच्या खिशात नका ठेवू पैसे!' नेहरू म्हणाले– 'म्हणजे मग मला उधारीवर जगावे लागणार म्हणा की!' खरोखर. तसेच झाले. सुरक्षाधिकाऱ्यांकडे त्यांची उसनवारी चालू झाली. त्यावर सचिवांनी वेगळी तोड काढली– 'कोणीही दिवसाकाठी दहा रुपयांपेक्षा जास्त पैसे उसने नाही द्यायचे!' एका खंडप्राय देशाचा पंतप्रधान पैशासाठी असा हात पसरताना कसे वाटते? नेहरूंच्या निधनानंतर त्यांच्यामागे उरले होते फक्त त्यांचे वडिलार्जित घर आणि त्यांच्या नावावर निघणारी इस्टेट–ड्यूटी भरण्याइतकी बँकेच्या खात्यात असलेली थोडी फार शिल्लक!

***

'जय जवान, जय किसान' ही घोषणा देशाला देणारा वामनावतार म्हणजे लाल बहादूर शास्त्री. केवळ दीड वर्षाच्या पंतप्रधानकीच्या कारकीर्दीत त्यांनी भारताला शिकवला– स्वाभिमान, स्वार्थत्याग! त्यांच्या आकस्मिक निधनाने एकूण एक भारतीय हळहळला, अक्षरश: रडला. आयुष्याच्या सुरुवातीपासूनच शास्त्रीजींना समाज व राष्ट्रसेवेची आवड होती. भारत सेवक समाज या संस्थेचे ते एक सच्चे सभासद होते. त्यांची वृत्ती स्वयंसेवकाची असल्यामुळे जाहिरातबाजीचा त्यांना तिटकारा असायचा. त्यामुळेच त्यांच्याबद्दल बोलताना कोणीही सहज त्यांचा गौरव करायचा– मूर्ती लहान, कीर्ती महान!– या शब्दांत.

लाल बहादूर शास्त्री

असेच एकदा त्यांच्याबरोबर काम करणाऱ्या एका सहकाऱ्याने त्यांना विचारले– 'भाईसाब, वर्तमानपत्रातहआपले नाव छापून येण्याविरुद्ध तुम्ही नेहमी का काळजी घेता?' शास्त्रीजींनी उत्तर दिले– 'मित्रा,

आजही मला लाला लजपत रायसाहेबांचे शब्द आठवतात. मला त्यांनी जेव्हा प्रथम संस्थेत आणले तेव्हाच बजावले होते— 'लाल बहादूर, ताजमहालसारखी भव्य वास्तू बांधताना दोन प्रकारचे दगड वापरावे लागतात. एक, संगमरवरी थाटाचे. इमारतीचे खांब, छत यासाठी त्यांची योजना असते. पाहायला आलेले लोक तिकडे डोळे फाडून, कौतुकाने, आश्चर्यचकित होऊन बघत राहतात. दुसरा असतो पाया भरण्यासाठी. लोकांच्या नजरेला तो बिलकूल पडत नसल्यामुळे त्याच्या कौतुकाचा प्रश्नच निर्माण होत नाही...!' हे सांगून शास्त्रीजी क्षणभर थांबले आणि नंतर नम्रपणे उद्गारले— 'मित्रा, मला त्या दुसऱ्या प्रकारचा दगड बनण्याची इच्छा आहे— पाया भरण्यासाठी लागणाऱ्या प्रकारचा!'

सौजन्यमूर्ती लाल बहादूर शास्त्री प्रसंगी 'मऊ मेणाहूनी आम्ही विष्णूदास। कठीण वज्रास भेदू ऐसे' या जातीचे थोर देशभक्त होते.

***

संपूर्ण क्रांती! लोकनायक जयप्रकाशांनी आपल्या आयुष्याच्या अखेरच्या दिवसात पाहिलेले एक रम्य स्वप्न! जयप्रकाशजींच्या आयुष्याने अनेक वळणे घेतली. १९४२च्या भूमिगत चळवळीचे नेतृत्व त्यांनी ज्या शौर्याने आणि धीराने केले ते पाहिले की त्यांच्या त्यागाची, निष्ठेची कल्पना येते. जयप्रकाशांचा सर्वात मोठा गुण म्हणजे त्यांनी देशसेवेच्या बदल्यात कसल्याही पदाची अपेक्षा धरली नाही. तो मोह त्यांना कधी झालाच नाही. शेवटपर्यंत ते 'जनताका नेता, जयप्रकाश!' च राहिले.

जयप्रकाश नारायण

८ नोव्हेंबर १९४२ ला हजारीबाग तुरुंगात दिवाळी धुमधडाक्याने साजरी होत होती. अधिकारी, कैदी, वॉर्डर्स सर्वजण रंगून गेले होते. पण त्याचवेळी एका कोपऱ्यात जयप्रकाश व त्यांचे पाच सहकारी तुरुंगाची १७ फूट उंचीची भिंत पार करण्याची योजना अमलात आणत होते. ठरल्याप्रमाणे फक्त आठ मिनिटांत सगळे झकास आटपले. सर्वांनी पटापट पलीकडे उड्या मारल्या. पण त्या धांदलीत पैसे व कपड्यांचे गाठोडे बरोबर घ्यायचे राहिले. हजारीबाग समुद्र सपाटीपासून १७९० फूट उंच. दिवस कडाक्याच्या थंडीचे. सकाळी ११ पर्यंत काट्याकुट्यातून, झाडाझुडुपातून पळावे लागले. दोन दिवसांनी चहा-चिवडा पोटात गेला.

तेथून पुढे जवळजवळ दहा महिने निरनिराळी नावे, पोशाख, रंगरंगोटी करून जयप्रकाशांनी भूमिगत चळवळ चालवली. त्या दरम्यान ते नेपाळात गेले. ब्रिटीशांनी नेपाळवर दबाव आणून त्यांना पकडून आपल्या ताब्यात देण्याचे फर्मान सोडले. त्याप्रमाणे त्यांना नेपाळच्या सीमेवर आणून सोडले असताना त्यांच्या स्वातंत्र्य सैनिकांनी त्यांना सोडवून कलकत्त्याला पोचवले. सुभाषबाबूंप्रमाणे आपणही तसाच पराक्रम करावा या विचारात असलेले जयप्रकाश नारायण रेल्वे प्रवासात असताना पकडले गेले. त्यांची रवानगी लाहोरच्या तुरुंगात करण्यात आली. १८ सप्टेंबर १९४३ पासून ३१ महिने त्यांना ब्रिटीशांनी नानाप्रकारे छळले. १५०० हत्यारी पोलिसांचा कडेकोट बंदोबस्त त्यांच्याभोवती ठेवला. त्यांच्या वाट्याला आलेल्या त्यावेळच्या हालअपेष्टा दुसऱ्या कोणत्याही मोठ्या देशभक्ताच्या वाट्याला आल्या नाहीत हे मुद्दाम ध्यानात ठेवण्याची गरज आहे.

***

महिषासुर मर्दिनी! १३ डिसेंबर १९७१ ला पाकिस्तानने शरणागती पत्करली. केवळ चौदा दिवसात बांगलादेश मुक्त झाला. सारे जग पंतप्रधान इंदिरा गांधींना नव्या तेजस्वी अवतारात ओळखू लागले. राजकारणाचे बाळकडू मिळालेल्या इंदिरा गांधी शास्त्रीजींच्या आकस्मिक मृत्यूनंतर देशाच्या पंतप्रधान झाल्या. पं. नेहरूंच्या सहवासात सतत राहिल्यामुळे त्यांना देशाच्या राजकारणाची पूर्ण कल्पना होती. एकेकाळची वानरसेनानी इंदिरा राष्ट्राधिपती झाली. त्यांच्या खात्यावर अनेक कामगिऱ्या नोंदल्या गेल्या. 'गरीबी हटाव' हा त्यांचा नारा लोकांना खूप आवडला. वडलांप्रमाणेच त्यांनी सर्वसामान्य जनतेचे उदंड प्रेम कमावले. आणीबाणी लादल्यामुळे वाट्याला आलेली अप्रियता त्यांनी मोठ्या निर्धाराने सोसली. पंजाबच्या प्रश्नाची सोडवणूक करण्यासाठी घेतलेल्या कठोर निर्णयाचा परिणाम त्यांच्या अमानुष हत्येत झाला. कधीकाळी जोन ऑफ आर्क होण्याची त्यांची सुप्त आकांक्षा नियतीने अशा प्रकारे पूर्ण केली. इंदिराजी अमर झाल्या.

इंदिरा गांधी

१९४४ मध्ये, इंदिराजींना पहिला मुलगा झाला. आजोबा आणि आई नाव शोधायला लागले. एका मैत्रिणीने सुचविले- राजीव! त्यांनी ते लागलीच पसंत केले. राजीवचा अर्थ आहे कमळ. इंदिराजींच्या आईचे नाव त्यात आले. राजीवचे खरे नाव होते- राजीव रत्न! त्यातील रत्न म्हणजे जवाहर! थोडक्यात, इंदिराजींनी आपल्या पहिल्या मुलाच्या नावात आपल्या परमप्रिय मातापित्यांचे नाव गुंफले होते.

राजीव त्याच्या तिसऱ्या वर्षापर्यंत हसरा, खेळकर होता. नंतर तो खूप चिडचिडा, कोपिष्ट झाला. इंदिराजी चिंतित झाल्या. त्यांनी राजीवला म्हटले- 'मला तू खूप आवडतोस. पण तुझी आदळ आपट, आरडा ओरड तितकीच त्रासदायक होते रे!' राजीव म्हणायचा कसा- 'मी तरी काय करू? रडायचं नसतं तरी रडायला येतंच ग!' इंदिराजींनी सुचवले- 'आपल्या बागेत एक सुंदर कारंजा आहे. रडू येतंय म्हटलं, की तिकडे पळायचं ताबडतोब. तिथं जाऊन रडायचं वाट्टेल तितकं!' त्यानंतर राजीवच्या डोळ्यांत पाणी दिसले की इंदिराजी त्याच्या कानात कुजबुजायच्या- 'कारंजा'! राजीव लगेच पळायचा बागेत. विसरायचा सगळे. यायचा ताळ्यावर पुन्हा. भारताची ही महिषासुर मर्दिनी एक विचारी, ममताळू माताही होती.

***

'अशक्य' या शब्दाला माझ्या शब्दकोशात जागा नाही! जबरदस्त आत्मविश्वास, अतुलनीय धैर्य आणि प्रचंड महत्त्वाकांक्षा या गुणांच्या जोरावर एक साधा सैनिक फ्रेन्च राज्यक्रांतीनंतर थेट फ्रान्सचा सम्राट झाला, आपले शौर्य व पराक्रम गाजवत त्याने सारे जग हादरून सोडले. पण शेवटी त्यालाही हार खावी लागली. इंग्लंडबरोबरच्या आरमारी युद्धात 'देश माझ्यासाठी काय करतो यापेक्षा मी देशासाठी काय करू शकतो' हे ब्रीद जागवणाऱ्या ॲडमिरल नेल्सनने त्याचा पराभव केला. तो इंग्रजांचा बंदिवान बनला. त्या बंदिवासातच त्याने जगाचा निरोप घेतला. जगाच्या इतिहासाने दोघा असामान्य महत्त्वाकांक्षी माणसांची नोंद ठळक अक्षरांनी केलेली आहे. ते दोघेही अगदी तळागाळात जन्माला येऊनही स्वत:च्या कर्तबगारीवर जगज्जेत्याच्या पदवीला पोचले. त्यापैकी पहिला नेपोलियन आणि दुसरा हिटलर! दोघांनीही रशियावर स्वारी करण्याची केलेली चूक त्यांना पुरती भोवली. एक हुकूमशहा म्हणून एकीकडे त्यांची निंदा होत असूनही दुसरीकडे त्यांच्या स्वयंप्रेरित उत्कर्षाचे जगाने सतत कौतुक केले आहे.

नेपोलियन बोनापार्ट

एकदा नेपोलियन आपला नेहमीचा फेर-फटका मारत होता. एका रस्त्यावर काही मजूर रस्त्यावर पडलेले लाकडाचे जाडजूड ओंडके हालवत होते. सगळेजण घामाघूम झाले होते. जवळच एक माणूस तावातावाने त्यांना हुकूम सोडत होता. नेपोलियन त्याला म्हणाला– 'तुम्हीही जरा हात का लावत नाही?' माणसाने उत्तर दिले– 'मी ठेकेदार आहे या कामाचा!' नेपोलियन काही बोलला नाही. घोड्यावरून खाली उतरला आणि त्या मजूरांत मिसळून कामाला लागला. काम पूर्ण झाले. ठेकेदाराने घुश्श्यात येऊन प्रश्न केला– 'आपली ओळख द्याल का?' नेपोलियन शांतपणे म्हणाला– 'महाशय, या देहाला लोक नेपोलियन म्हणून ओळखतात!' एका क्षणात ठेकेदार नेपोलियनच्या पायांवर पडला. भीतीने थरथर कापायला लागला. त्याने नेपोलियनची क्षमा मागितली. 'माणसाने स्वतःला उगीचच इतरांपेक्षा मोठे मानू नये. कोणतेही काम करण्यात हलकेपणा नसतो याची जाण ठेवावी!'

प्रत्येकाला नेपोलियन वा हिटलर होणे जमत का नाही कळले ना?

***

भारताला ब्रिटिश सत्तेच्या जोखडातून मुक्त करण्यासाठी झटणाऱ्या
देशभक्तांच्या जीवनातल्या गोष्टींचा संग्रह

कथा स्वातंत्र्यलढ्याच्या

लेखक
आर.के. मूर्ती

अनुवाद
माधव कर्वे

ह्या कथासंग्रहात भारताच्या स्वातंत्र्यलढ्याचे काही तेजस्वी क्षण
जिवंत झाले आहेत. घटनेतील नाट्यमयतेवर भर देऊन विशेषत:
आजच्या तरुण पिढीसाठी ह्या कथांची निवड केली आहे.
परिणामी स्वातंत्र्यलढ्याचा तो महत्त्वपूर्ण काळ कथांमधून आपण
पुन्हा अनुभवतो. स्वातंत्र्यलढ्यातील असामान्य स्त्री पुरुषांनी
धैर्यानं सोसलेल्या हालअपेष्टांचं, तसंच त्यांच्या तेजस्वी पैलूंचंही
त्यामुळे नेहमी स्मरण होत राहील.

काळाच्या पुढे जाऊन जीवशास्त्रीय सिद्धान्त मांडणारे द्रष्टे संशोधक

आल्फ्रेड रसेल वॅलेस

निरंजन घाटे

आल्फ्रेड रसेल वॅलेस यांचे चरित्र अनेक अद्भुतरम्य घटनांनी भरले आहे. एक विचारवंत म्हणूनही ते गाजले. गेल्या शतकातल्या अनेक इंग्रज शास्त्रज्ञांपेक्षा त्यांचे वागणे वेगळे ठरते, ते त्यांच्या सामाजिक जाणिवेमुळे.

डार्विनबरोबर वॅलेस यांचे नाव उत्क्रांतिवादाशी निगडित झाले होते, पण त्याबरोबर त्यांनी इतरही अनेक क्षेत्रांत काम केलं. खरं तर; पहिला पर्यावरण शास्त्रज्ञ म्हणूनही त्यांचा गौरव व्हायला हरकत नाही.

मराठीत काही स्फुट लेख सोडले, तर वॅलेस यांच्या इतर कार्याची माहिती देणारे चरित्र मराठीत नाही; या छोटेखानी चरित्रामुळे ती उणीव अंशत: तरी भरून निघावी.